വഴിവിളക്കുകൾ

നവയുഗ കവിതകൾ

ആര്യ ഉണ്ണികൃഷ്ണൻ

Copyright © Arya Unnikrishnan
All Rights Reserved.

This book has been published with all efforts taken to make the material error-free after the consent of the author. However, the author and the publisher do not assume and hereby disclaim any liability to any party for any loss, damage, or disruption caused by errors or omissions, whether such errors or omissions result from negligence, accident, or any other cause.

While every effort has been made to avoid any mistake or omission, this publication is being sold on the condition and understanding that neither the author nor the publishers or printers would be liable in any manner to any person by reason of any mistake or omission in this publication or for any action taken or omitted to be taken or advice rendered or accepted on the basis of this work. For any defect in printing or binding the publishers will be liable only to replace the defective copy by another copy of this work then available.

ഉള്ളടക്കം

അവതാരിക	vii
1. പാതകൾ	1
2. കുഞ്ഞുമനുഷ്യര്	3
3. സ്വപ്നം	5
4. വേനൽമഴ	7
5. ഗുൽമോഹറുകൾ	9
6. ചുവന്ന മൊട്ടുകൾ	10
7. ഞാൻ ദ്വീപ്	12
8. എന്റെ ഞാൻ	14
9. ഒരാള്	16
10. വഴിവിളക്ക്	18
11. ഞാൻ മരിച്ചാല്	20
12. കാവൽ	22
13. കടല്	24
14. കിനാക്കൂടാരം	26
15. ഒരു സുബുദ്ധിമാന്റെ കഥ	27
16. കറുത്തസ്ത്രീ	29
17. കടലിന്റെ കഥ	31
18. വിഡ്ഢികളുടെ ലോകം	32
19. ആത്മഹത്യകുറിപ്പ്	34
20. ചെമ്പരത്തി	36
21. നഷ്ടങ്ങളുടെ മഞ്ചാടിക്കണക്കുകൾ	38

ഉള്ളടക്കം

22. നീയില്ലായ്മയിൽ — 40
23. ചിലര് — 42
24. നീ രാത്രിയാവുക — 44

English Language

വഴിവിളക്കുകൾ

Poems by

Arya Unnikrishnan

Edited by

Anand Krishnamurthy

Rights Reserved

First Published December, 2021.

Publishers

Notion Press,
No.8, 3rd Cross St,
CIT Colony, Mylapore,
Chennai, Tamil Nadu 600004.
e-mail: publish@notionpress.com
Priced at: INR 110

• v •

അവതാരിക

ഇരുണ്ട ലോകത്തെ ഇത്തിരി വെട്ടങ്ങൾ...

പ്രിയ സുഹൃത്തും പ്രശസ്ത മനഃശാസ്ത്രജ്ഞനുമായ ശരത് കുമാരിലൂടെയാണ് ഞാൻ ആര്യ ഉണ്ണികൃഷ്ണൻ്റെ കവിതകൾ വായിക്കാനിടയാവുന്നത്. ആ വായനയാണ് ആര്യയുടെ ഈ പ്രഥമ കവിതാ സമാഹാരത്തിൻ്റെ അവതാരിക എഴുതാൻ എന്നെ പ്രചോദിപ്പിച്ചത്.

തികഞ്ഞ കയ്യടക്കമുള്ള ഭാഷ ശൈലി, ദൈനംദിന (നേർ) കാഴ്ചകളെ, ഏറ്റവും തീക്ഷ്ണമായ അനുഭവങ്ങളെ അടയാളപ്പെടുത്തുന്ന, ഉള്ളിൽ തീ കോരിയിടുന്ന, ഇരുത്തി ചിന്തിപ്പിക്കുന്ന ആഖ്യായിക. ഒരൊറ്റ നോട്ടത്തിൽ പ്രണയം, വിരഹം, ഒറ്റപ്പെടൽ എന്നിങ്ങനെ കണ്ടു പരിചയിച്ച ആവർത്തന വിരസമായ അതേ പ്രമേയങ്ങളല്ലേ എന്ന് തോന്നാമെങ്കിലും, ഭാവനയും പ്രതീകാത്മകതയും ഇടകലർത്തി ഭാവാർത്ഥങ്ങളും ശ്ലേഷോക്തിയും ചൈതന്യാരോപണവും കോർത്തിണക്കി വായനയുടെ ഒരു നവീനതലത്തിലേക്ക് ആര്യ നമ്മളെ കൂട്ടി കൊണ്ടുപോവുന്നു.

"ഒട്ടും പരിചിതമല്ലാത്ത
ഒരു വഴിയില്ലൂടെ നടന്നുതുടങ്ങുകയാണ്..."

എന്ന് പറഞ്ഞുകൊണ്ടാണ് 'പാതകളി'ല്ലൂടെ ആര്യ തൻ്റെ കാവ്യ പ്രയാണം ആരംഭിക്കുന്നത്. അവിടുന്നങ്ങോട്ട് കുറെ ആകുലതകളും വിഹ്വലതകളും സ്വപ്നങ്ങളും ഭാംഗങ്ങളും കോറി ഇട്ടിരിക്കുന്നത് കാണാം. മറുവശത്തു 'ഞാൻ- നീ- അയാൾ- അവർ' എന്നിങ്ങനെയുള്ള ഒരു (അപ)നിർമിതിയും

ദർശിക്കാനാവും.

"ആർത്തു പെയ്യുന്ന മഴ പോലെ
തേങ്ങുകയും
ചാറ്റൽ മഴ പോലെ
ചിരിക്കുകയും ചെയ്യുന്നൊരു പെണ്ണ്"

അങ്ങനൊരു പെണ്ണിനെ നമുക്കിതിലുടനീളം കാണാനാവും.

"ഞാൻ മരിച്ചാല്
എന്റൂടെ വരാത്ത നിങ്ങളോടൊക്കെ
എനിക്ക് ദേഷ്യാണ്."

എന്ന് ചിണുങ്ങുന്ന ഒരു നിഷ്കളങ്ക,

"നീയില്ലായ്മയിൽ അപൂർണ്ണമായ
എന്റെ രാത്രികളിൽ
ഉറക്കമോ സ്വപ്നമോ
എന്നെത്തേടി വരുന്നില്ല...
****
നിന്റെ വഴിവിളക്കുകളണയുന്ന രാത്രികളിൽ,
ഇരുട്ടിന്റെ ആത്മാവ്
എന്നെ വിഴുങ്ങിക്കളയുന്നു..."

എന്ന് വ്യസനിക്കുന്ന,

"നീ രാത്രിയാവുക

വെളിച്ചമില്ലാതെ നിന്നിലലിഞ്ഞ്,
ഇരുട്ടിന്റെ നിറത്തിൽ നിന്നെ ചുംബിച്ച്,
ദുഃഖമില്ലാതെ ഞാൻ മരിക്കട്ടെ."

എന്ന് കേഴുന്ന,

"എന്റെ ചത്തുപോയ മനസ്സിന്
കാവലിരിക്കുന്നു ഞാൻ"

എന്ന് പതറുന്ന,

"പെണ്ണിനേയും, പെണ്ണിൻ്റെ ചോരയെയും, കറയെയും കളങ്കത്തെയും" കുറിച്ച് രോഷംകൊള്ളുന്ന, ഒരു ചെറുപ്പക്കാരി.

തന്നെകുറിച്ചു മാത്രമല്ല അവൾ എഴുതുന്നതു- കുന്നോളം സ്നേഹള്ള ചില കുഞ്ഞുമനുഷ്യന്മാരെപ്പറ്റിയും, കുഞ്ഞുമാളു അമ്മടെ മകൾടെ സുബ്ബ്ദ്ധിമാനായ മകനെപറ്റിയും, വെളുത്ത ക്യാൻവാസിൽ
പടർന്നുകിടക്കുന്ന കറുത്ത സ്ത്രീയെപ്പറ്റിയും, വിഡ്ഢികളുടെ ലോകത്തെപ്പറ്റിയും, സ്വപ്നങ്ങളുടെ രാജകുമാരിയെപ്പറ്റിയും അവൾ എഴുതുന്നു... വാക്കുകൾ അത് വായിക്കുന്ന നമ്മുടെ കണ്മുൻപിൽ ചലിക്കുന്ന ചിത്രങ്ങളായ് പരിണമിക്കുന്നു.

"നിറവും ലിംഗവും രൂപവും
യുദ്ധവും പ്രളയവും ജാതിയും
മനുഷ്യനെക്കൊല്ലുന്നത് കണ്ട്,

മനുഷ്യത്വം മരിക്കാത്ത
ഒരു മനുഷ്യന്റെ ആത്മഹത്യ!"

യെക്കുറിച്ചു അവൾ പറയുമ്പോൾ നാം നമ്മുടെയുള്ളിലേക്ക് നോക്കുന്നു, നമ്മുടെ നിസ്സഹായതയെ ഓർത്ത്, യുക്രൈനിനെയും, ഗാസയെയും, ഹിരോഷിമയെയും ഒക്കെ ഓർത്ത് വിതുമ്പുന്നു.

"ഇരുണ്ട വഴിയില് ഒരു വെളിച്ചം തെളിഞ്ഞുവരുന്നു.
ഒരു വഴിവിളക്ക്!"

അതെ, അത്തരം പ്രത്യാശയുടെയും പ്രതിരോധത്തിൻ്റെയും നൂറായിരം പുഞ്ചിരിതൂകുന്ന വഴിവിളക്കുകൾ തന്നെയാണിവ! "വഴിവിളക്കുകൾ: നവയുഗ കവിതകൾ" എന്ന ഈ കവിതാ സമാഹാരം മലയാള സാഹിത്യത്തിലെ നവയുഗ പാതയിലേക്കുള്ള ദിശാസൂചി തിരിക്കും എന്നതിൽ ഈയുള്ളവന് സംശയമൊട്ടും ഇല്ല.

ഏവർക്കും ഒരു നവീന വായനാനുഭവം ആശംസിക്കുന്നു.

ആനന്ദ് കൃഷ്ണമൂർത്തി

എഡിറ്റർ, വഴിവിളക്കുകൾ

ഹ്രസ്വ വിവരണം:

ഏ. കെ. ക്രിയേഷൻസ് അക്കാദമിയുടെ സ്ഥാപകനും തലവനുമാണ് ആനന്ദ് കൃഷ്ണമൂർത്തി. നിലവിൽ എറണാകുളത്തെ സെൻറ തെരേസാസ് കോളേജിൽ ഡോ. ലത നായരുടെ കീഴിൽ പി.എച്ച്.ഡി. ഗവേഷണ വിദ്യാർത്ഥിയാണ്. 2013 മുതൽ ആലുവ യു സി കോളേജ്, മഹാരാജാസ് കോളേജ്, രാജഗിരി കോളേജ്, ഗവണ്മെൻറ പോളിടെക്നിക്, ഇന്ദിരാ ഗാന്ധി സർവകലാശാല എന്നീ കലാലയങ്ങളിൽ ആംഗലേയ അധ്യാപകനായി സേവനമനുഷ്ഠിച്ചു. ഡൽഹി പ്രസ് ഗ്രൂപ്പിന് കീഴിലുള്ള ഗൃഹശോഭ കുടുംബ മാസികയിൽ 'ആനന്ദം' എന്ന സ്ഥിരം പംക്തി എഴുതുന്നു. നോഷൻ പ്രസ്സ് പ്രസിദ്ധീകരിച്ച ഇന്ത്യൻ ചെറുകഥകളുടെ വിവർത്തനങ്ങളുടെ 'പോട്ട്പവി' എന്ന സമാഹാരം എഡിറ്റ് ചെയ്തിട്ടുണ്ട്. ഓക്സ്ഫോർഡ് യൂണിവേഴ്സിറ്റി പ്രസും സ്പെൽറ്റും ചേർന്ന് സംഘടിപ്പിച്ച "ടീച്ചർ സ്റ്റോറീസ് കോണ്ടസ്റ്റിന്റെ" വിജയി കൂടിയാണ് അദ്ദേഹം. 2020-ൽ റോട്ടറി ക്ലബ് ഓഫ് മദ്രാസ് കോറോമാണ്ടൽ അദ്ദേഹത്തെ 'ദി ഇന്നൊവേറ്റീവ് ടീച്ചർ അവാർഡ്' നൽകി ആദരിച്ചു. ഇ-മെയിൽ: anandkrishnamurthyak@gmail.com

1. പാതകൾ

പാതകൾ
ഒട്ടും പരിചിതമല്ലാത്ത
ഒരു വഴിയിലൂടെ നടന്നുതുടങ്ങുകയാണ്...

നീണ്ടുനിവർന്ന
വളവുകളും തിരിവുകളുമില്ലാത്ത
ഒരു പാത.
കറുത്തുതടിച്ച
ഒരു പെരുമ്പാമ്പിനെപ്പോലെ
ഇരുട്ടുമൂടിയ വഴി.
ഇരുട്ടിലെങ്ങോ നിന്ന്
ഒരു തേങ്ങൽ
എന്നെ പിന്തുടരുന്ന പോലെ.

അപരിചിതനായ ഒരാളെയെങ്കിലും
വഴിയിൽ കണ്ടുമുട്ടിയിരുന്നെങ്കിൽ.
ഇല്ല,കാണുവാനിടയില്ല.

ഓരോ മനുഷ്യനും
ഓരോരോ പാതകളാണ്.
ഉള്ളിൽ കൊന്നുകുഴിച്ചുമൂടിയ ദുഃഖത്തിന്റെയും,
ഭയത്തിന്റെയും, ഭ്രാന്തിന്റെയും പ്രേതങ്ങളെ

തുറന്നുവിടുവാൻ,
ഇരുട്ടുകൊണ്ട്
അവനവൻ തന്നെ ഉണ്ടാക്കുന്ന പാതകൾ.

ഒരിക്കലും ഞാൻ കയറിനോക്കിയിട്ടില്ലാത്ത എന്റെ ഈ
പാതയിലൂടെ
ഇന്നാദ്യമായാണ്
ഞാൻ നടന്നുതുടങ്ങുന്നത്
ഒരു തിരിച്ചുപോക്ക് ഉണ്ടാകുവാനിടയില്ല...

ഈ വഴിയിൽ
ഒരറ്റത്ത്
ഞാൻ കൊന്നൊടുക്കിയ
എന്റെയാ പ്രേതങ്ങൾ കാത്തുനില്പുണ്ടാകും.
നടന്നുതളർന്നു വീഴുമ്പോൾ,
കൂർത്ത നഖങ്ങൾ
അവരെന്റെ നെഞ്ചിൽ കുത്തിയിറക്കും.
കറുത്ത നിറമുള്ള എന്റെ ചോര
അവർ കുടിച്ചുവറ്റിക്കും.
പ്രതികാരം തീർത്ത ആഹ്ലാദത്തിൽ അവരട്ടഹസിക്കാൻ
തുടങ്ങുമ്പോൾ,
ആദ്യമായി എന്റെ ഇരുണ്ട പാത നിശ്ശബ്ദമല്ലാതാകും.

അതേ,ആ പ്രേതങ്ങളെ കാത്ത്
എനിക്കിനി നടന്നുതുടങ്ങാം.

2. കുഞ്ഞുമനുഷ്യര്

കുഞ്ഞുമനുഷ്യര്

കുന്നോളം സ്നേഹള്ള
ചില കുഞ്ഞുമനുഷ്യന്മാരെപ്പറ്റിയാണ് പറയാനുള്ളത്.

കണ്ണീര് കൊണ്ട് തല കുനിയുമ്പോ
വാനോളം വലുതായിട്ട്,
വലിയ നെഞ്ചില് ചേർത്തുപിടിക്കണെ
കുഞ്ഞു മനുഷ്യന്മാര്
കണ്ണില് കുറുമ്പും,
കരളില് കഥകളും
നിറച്ചുവച്ച്,
ചിരിക്കാത്ത ചുണ്ടില്
അവരങ്ങനെ ചിരി നിറക്കും.

മഴയത്ത്
കുട ചൂടാതെ നടക്കണെ സുഖാണ്
അവരോട്
ഉള്ള് തുറന്ന് മിണ്ടുമ്പോള്.

ചിലപ്പോ അവരങ്ങനെ
വെറുതെ ചാറി തോർന്നു പോവുന്ന മഴയുമാവും,

ഒരിക്കൽ നനഞ്ഞതിന്റെ സുഖം
മറന്നുപോവാനിടയില്ലാത്ത
ചാറ്റൽ മഴ.

അവർ ചിലപ്പോ
സുന്ദരമായ പൂക്കളാണ്
മനസ്സിലെ താഴ്വരയിലു
നിറം വിരിച്ച്
പടർന്നു നിൽക്കുന്ന
ചിരിക്കുന്ന കുറിഞ്ഞി പൂക്കള്.

3. സ്വപ്നം

സ്വപ്നം

അവിടം എപ്പോഴും നിലവിളിച്ചുകൊണ്ടേയിരിക്കുന്ന
സൈറണുകൾ.
ഫാക്ടറിയുടെ അരികുവശത്ത്
നാറുന്ന ഓടയ്ക്കരികിൽ
കയ്യിൽ ചെവിചേർത്തുവച്ച്
ഉറക്കം തേടുന്ന വൃദ്ധൻ.

നഗരത്തിന്റെ
മലിനമായ ആ മൂലയിൽ
ആരും വരില്ലെന്നറിഞ്ഞിട്ടും
ആർക്കോ വേണ്ടി
ദയനീയമായി മണിമുഴക്കുന്ന
ഒരു ഐസുവണ്ടി.

വർഷങ്ങളുടെ ചളികൾ കട്ടപിടിച് കറുത്തുപോയ
കാലുകൾ
വലിച്ചുവെച്ച് നടക്കുകയാണ്.
(വർഷങ്ങൾക്ക് മുൻപ് ,
നഗരത്തിലെ
പഴയ ചവറ്റുകൂനയുടെ

വലുപ്പം പോലുമില്ലാതിരുന്ന കാലം)

നരച്ച തൊപ്പിയും
വെളുത്ത താടിയുമുള്ള വൃദ്ധൻ
തനിക്ക് നേരെ നീട്ടിയ മഞ്ഞ ഐസ്...
രുചി മറന്നിരിക്കുന്നു!
കയ്യിലേക്ക് ഇറ്റു വീണ മഞ്ഞതുള്ളികളിലൊന്ന് കൺ
പോളകളിൽ ഇറ്റിച്ചപ്പോൾ!!!

ദേഹം മുഴുവനും കുളിരുന്നു!

കണ്ണ് തുറന്ന്
ചുറ്റും നോക്കുമ്പോൾ
എട്ടുമണിയുടെ അലാറം.
പുതച്ചിരുന്ന വെള്ളപുതപ്പിനെ
മുറിയുടെ മൂലയിലേക്ക് വലിച്ചെറിഞ്ഞ്
പഞ്ഞിക്കിടക്കയിൽ നിന്ന്
ചാടിയെഴുന്നേറ്റു!

തുറന്നിട്ട ഷവറിനടിയിൽ നിന്ന് കാലുകളിലേക്ക്
നോക്കുമ്പോൾ വെളുത്തകാലുകളിൽ
വർഷങ്ങളുടെ ചളികൾ
ഇനിയും ബാക്കി!

4. വേനൽമഴ

വേനൽമഴ

രാത്രിയിൽ മഴ നിർത്താതെ പെയ്തിരുന്നു.
ഒരു മുറി,
കാലുകൾ ഇളകിത്തുടങ്ങിയ
പഴയ ഒരു കട്ടിൽ,
ജീവനില്ലാത്ത ഒരു പുതപ്പ്,
ഒരു തലയിണ,
പിന്നെ ജീവനുള്ള,
ജീവനില്ലാത്ത മറ്റൊന്ന്.

സ്വപ്നങ്ങളുടെ രാജകുമാരിയായിരുന്നത്രെ.
കണ്ടുകൂട്ടിയ സ്വപ്നങ്ങൾ
തലകീറി പുറത്തുവന്ന്
നരച്ച പുതപ്പിൽ പരന്നുകിടക്കുന്നു.
ഒരുപാടാളുകൾ കയറിയിറങ്ങിപ്പോയ,
എന്നാലാരും കണ്ടിട്ടുണ്ടാകാനിടയില്ലാത്ത,
ഒരു ഹൃദയം
അപ്പോഴും ഉള്ളിലിരുന്ന് പതിയെ മിടിക്കുന്നു...

ഒരു മരവിപ്പ് മുകളിലേക്ക് കയറിത്തുടങ്ങിയിരിക്കുന്നു.
സ്വപ്നങ്ങളത്രയും

തല കീറി പുറത്തുവന്നിട്ടും
എന്തോ തലക്കിപ്പോഴും വല്ലാത്ത ഭാരം-
മുഷിഞ്ഞു നാറിയ കാഴ്ചകളുടെ, കേൾവികളുടെ,
ചിന്തകളുടെ നാറ്റം കൊണ്ട്
ഇനിയും ശ്വാസമെടുക്കാൻ വയ്യെന്ന്
പാവം മൂക്ക്,
വരണ്ടുമെലിഞ്ഞ മുടിനാരുകൾ,
പരസ്പരം വേർപെടുത്താനാവാത്ത രീതിയിൽ
കെട്ടിപ്പുണർന്നിരിക്കുന്നു.
ചിരി മറന്ന
വരണ്ട ചുണ്ടുകൾ മാത്രം
എന്തോ തിരയുന്നുണ്ട്
ചെവിയിൽ പതിയെ ആരോ പറയുകയാണ്,
"ഭൂമിയിലെ നിന്റെ വേനൽ
കഴിഞ്ഞിരിക്കുന്നു."
അപ്പോഴും പുറത്ത്
മഴ തോരാതെ പെയ്തുകൊണ്ടിരുന്നു...

5. ഗുൽമോഹറുകൾ

ഗുൽമോഹറുകൾ

അവൾ വസന്തമായിരുന്നു
അവൻ വേനലും.
തമ്മിലിണചേർന്ന നാളുകളൊന്നിൽ
അവളിലെ വസന്തം
അവൻ കവർന്നെടുത്തു.
അവളിൽ
അവസാനിക്കാത്തൊരു
വേനൽക്കാലം ബാക്കിയാക്കി
അവൻ പോയ്മറഞ്ഞു.

അന്ന് മുതലത്രേ
വേനലിൽ
ഗുൽമോഹറുകൾ പൂത്തുതുടങ്ങിയത്.

6. ചുവന്ന മൊട്ടുകൾ

ചുവന്ന മൊട്ടുകൾ

ഓരോ മാസചക്രത്തിലും
വിടരും മുൻപേ
കൊഴിഞ്ഞ്പോകുന്ന
മൊട്ടുകളാണ്
അവളിൽ ചോരപൊടിക്കുന്നത്.

കണ്ണീരുകലർന്ന ചിരിയാൽ
അവൾ
അവയെനോക്കി പുഞ്ചിരിക്കുന്നു.

കൊഴിയുന്ന മൊട്ടുകളെ നോക്കി അസ്വസ്ഥമാവുന്ന
അടിവയറിനെ
ചേർത്തുപിടിച്ചുകൊണ്ട്,
അവയുടെ കണ്ണീരാകുന്ന ചോരക്കറകൾ
തുടച്ചുമാറ്റുന്നു.

അപ്പോഴാണ് കാതുകളിൽ
തുളഞ്ഞുകേറുന്ന അലർച്ച

"പെണ്ണാണ്

ആര്യ ഉണ്ണികൃഷ്ണൻ

പെണ്ണിന്റെ ചോരയാണ്
കറയാണ്
കളങ്കമാണ്!"

7. ഞാൻ ദ്വീപ്

ഞാൻ ദ്വീപ്

ചുറ്റിനും
ശ്വാസം മുട്ടിക്കുന്ന
മനുഷ്യരുടെ ചിരികള്...
ആഘോഷങ്ങൾക്കിടേല്
ഒറ്റപ്പെട്ട് പോവുമ്പോഴാണ്
തന്റെ തന്നെ ഗുരുത്വാകർഷണത്തെ പോലും
അതിജീവിക്കാനുള്ള കഴിവില്ലായ്മയെ
ഞാൻ തിരിച്ചറിയുന്നത്.

എന്നിൽ മുഴുവനും
ഉപ്പ് മാത്രമായിരിക്കുന്നു.
വിയർപ്പിന്റെ, കണ്ണീരിന്റെ,
വെറുപ്പിന്റെ,
അതേ രുചി... ഉപ്പ്!
രാത്രിയിലെ സ്വപ്നങ്ങളിൽ പോലും
ഉപ്പ് കൂമ്പാരങ്ങൾ
എത്രയെത്ര കാഴ്ചകളെ മറയ്ക്കുന്നു.

മധുരത്തിന്റെ സുഗന്ധം വഴികാണിച്ച്
ഈ മനുഷ്യകൂട്ടങ്ങൾക്കിടയിൽ എത്തിയപ്പോഴാണ്

ആര്യ ഉണ്ണികൃഷ്ണൻ

തിരിച്ചറിയുന്നത്
ഒരിക്കലും ആസ്വദിക്കാൻ കഴിയാത്ത
ആഘോഷങ്ങളിലാണ്
ഒരുവൻ ഏറ്റവും ഒറ്റപ്പെട്ടു പോവുന്നത്-

നാലുപാടും വെള്ളത്താൽ ചുറ്റപ്പെട്ട
ദ്വീപ് പോലെ!

8. എന്റെ ഞാൻ

എന്റെ ഞാൻ

എന്റെ നിറം വെളുപ്പാണ്.
അതൊരു നിറമല്ലെന്നും
നിറമില്ലാത്ത അവസ്ഥയാണെന്നും തിരിച്ചറിയെ തന്നെ
അതിനെ ഞാനെന്റെ
നിറമായി സ്വീകരിക്കുന്നു.

ആർത്തു പെയ്യുന്ന മഴ പോലെ
തേങ്ങുകയും
ചാറ്റൽ മഴ പോലെ
ചിരിക്കുകയും ചെയ്യുന്നൊരു പെണ്ണ്(ഞാൻ).

ഉള്ളില് വലിയ കടലും
ഉച്ചിയിൽ വേനലുമാണെന്നിൽ.
ചൂടിൽ നീരവിയായിമാറുന്ന
കടല് പെയ്യിക്കണ മഴയാണ്
കണ്ണില് തോരാതെ പെയ്യണത്.

പ്രണയിക്കുമ്പോഴും വെറുക്കുവാനും,
ചിരിക്കുമ്പോഴും ഭയക്കുവാനും,
ഉള്ളിലിരുന്ന്

ആര്യ ഉണ്ണികൃഷ്ണൻ

ആരോ പറയണ പോലെ.

ഇരുട്ടിനെ പേടിയാണ്
വെളിച്ചത്തില് ദുഃഖവും.
ഉള്ളില് മരവിക്കണ തണുപ്പും
പുറമേക്ക് ചുട്ടുപൊള്ളണ ചൂടും.

എന്നിലെ എനിക്ക് രൂപമില്ല,
രുചിയും മണവുമില്ല,
അതിരുകളില്ലാത്ത സ്വപ്നങ്ങളിൽ
പാറി നടക്കുന്ന ഒരു തൂവൽ പോലെ
ലോലമായിരിക്കുമ്പോഴും
എന്നിലെ മുള്ളുകൾ എന്നിൽ തന്നെ
കുത്തിത്തറക്കുന്നു.
മുറിവേല്പിക്കുന്നു.
മുറിവുകളിൽ ചോര പൊടിയുന്നു.
അങ്ങനെ,
എത്രയെത്ര വ്രണങ്ങൾ...
'എനിക്ക് എന്നെ ഭയമാണ്'!

'ഞാൻ' ഇനിയും അവസാനിക്കുന്നില്ല.
അതല്ലെങ്കിലും കണ്ടെത്തലുകൾ
തുടർന്നുകൊണ്ടേയിരിക്കുമ്പോൾ
ഇത്ര വരികളിൽ എനിക്ക് എങ്ങനെ
എന്നെ തന്നെ
എഴുതി തീർക്കുവാൻ സാധിക്കും ?

9. ഒരാള്

ഒരാള്
ചിരിയും കണ്ണീരും
ആ ഒരാൾ തന്നെയാകുന്നു
കണ്ണീരിന് മരുന്നാകാൻ
ചിരിയോണ്ട് ഒരു കൂട്
പണിഞ്ഞിട്ട്,
അതില് ആകാശത്തിന്റെ
തുണ്ടുകൊണ്ടുണ്ടാക്കിയ
മെത്തേല് കിടത്തീട്ട്,
കടലീന്ന് ഒരു കുമ്പിള് കോരി
വായേൽ തരണ
ആ ഒരാള്.
അന്തിയാകുമ്പോ
നക്ഷത്രങ്ങൾക്കൊപ്പം
കൂട്ടുപോവാനും,
അമ്പിളിമാമന്റെ കൂടാരം കേറാൻ
സ്വപ്നം കണ്ടുറക്കാനും,
കാറ്റുപോലെ തഴുകിയുണർത്താനും
കഴിയണ
ആ ഒരാള്.
കടലിന്റുള്ളില്
ആരും കാണാത്ത ലോകം കാണിക്കാൻ പാതിരായ്ക്ക്

വാരിയെടുത്ത് കൊണ്ടുപോണ
മഴ പോലെ പൊഴിയണ
ഒരാള്.
ജീവിക്കാൻ സ്വപ്നോം
സ്വപ്നങ്ങൾക്ക് ജീവനും തരണ
ആ ഒരാള്.

10. വഴിവിളക്ക്

വഴിവിളക്ക്

ഇന്നലെ രാത്രി മുതല്
തുടങ്ങിയ പണിയാണ്.
ഉറക്കമില്ലാത്ത രാത്രികളിൽ
ഇപ്പോൾ വലിയ തിരക്കാണ്.

പാലം പണിയാണ്...
മുന്നോട്ട് നടക്കാനുള്ളതല്ല,
എന്റെ യാത്രകൾ പിറകോട്ടാണ്-
ഭൂതകാലത്തിലെ ഭൂതങ്ങളെ തേടി.

മുന്നോട്ട് നടക്കുമ്പോൾ
ഇടറുന്ന കാലുകൾക്ക്
പിറകോട്ട് നടക്കുമ്പോൾ എന്ത് ശക്തിയാണ്!

തലച്ചോറിലെ ഇരുട്ടറകളിൽ
പൊടി പിടിച്ച്
ചിന്നിച്ചിതറി കിടക്കുന്ന ഓർമകളെ തിരഞ്ഞെടുക്കുന്നു.
പരസ്പരം അവയെ കൂട്ടിച്ചേർത്ത്
കെട്ടിയുണ്ടാക്കുകയാണ് പാലം.
പിന്നെ, മുന്നോട്ട്...

അല്ല ! പിന്നോട്ട്
പോവുകയാണ്...
പണി തീരുന്നേയില്ല.
ഒന്നിനോടൊന്ന് ചേർന്ന് മറ്റൊന്ന്
എന്ന നിലയിൽ
ഇരുണ്ട ഓർമകൾ കണ്ടെടുത്തുകൊണ്ടേയിരിക്കുന്നു.
ഏതോ കാലടി ശബ്ദം ഉറക്കം കെടുത്തിയ
കാളരാത്രികളെ പിന്നിലാക്കി
കിതച്ചുകൊണ്ട്
പിന്നെയും ഇരുണ്ട പാലം നീളുന്നു.

ദൂരങ്ങളെ പിന്നിലാക്കി ഒരു ശബ്ദം അടുത്തുവരുന്നു
ഒപ്പം ഉള്ളിനെ കുളിരണിയിക്കുന്ന
ഒരു ഗന്ധവും.
ഉള്ളം കയ്യിൽ ഒരു ചെറുചൂട്
നെറ്റിയിൽ സുഖമുള്ള ഒരു തഴുകല്
ഇരുണ്ട വഴിയില് ഒരു വെളിച്ചം തെളിഞ്ഞുവരുന്നു.
ഒരു വഴിവിളക്ക്.

11. ഞാൻ മരിച്ചാല്

ഞാൻ മരിച്ചാല്

ഞാൻ മരിച്ചാല്
എന്റ്കൂടെ വരാത്ത നിങ്ങളോടൊക്കെ
എനിക്ക് ദേഷ്യാണ്.
ഞാൻ പോയാലും
നിങ്ങള് കളിക്കൂലെ,
ചിരിക്കൂലെ.

നിങ്ങള് കൂട്ടം കൂടിയിരുന്ന് കളി പറയുമ്പോ
നിങ്ങൾക്കാർക്കും കാണാത്ത ഞാൻ
നിങ്ങടെ അടുത്ത് വന്ന് കൂടിച്ചിരിക്കും.
പിന്നെ,
നിങ്ങളാരും എന്നെ കാണണില്ലല്ലോന്നോർത്ത്
വിങ്ങിക്കരയും.
ഉപ്പിലിട്ട നെല്ലിക്ക നിങ്ങള് തിന്നുമ്പോ
എന്റെ വായേലും വെള്ളം വരും.
എനിക്ക് തരാത്തതിന് പിണങ്ങി
ഞാൻ മിണ്ടാതിരിക്കും.
എന്നാലും പിന്നേം
നിങ്ങള് ചിരിക്കുമ്പോ
അത് മറന്ന് ഞാനും ചിരിക്കും.

കാറ്റിലും മഴേലും
പറന്നു നടക്കുമ്പോ
കൂടെ നിങ്ങളില്ലാത്തതോർത്ത്
കണ്ണുനിറയും.
കൂട്ടം കൂടി പറക്കണെ
പൂമ്പാറ്റകളെ കാണുമ്പോ
നമ്മളെ ഓർക്കും.
വേനലിൽ പൂത്തു നിക്കണ ഗുൽമോഹറുകളിൽ
ഓരോന്നിലും
നിങ്ങളുടെ പേരെഴുതി
അവരോട് കിന്നരിക്കും.
കൈകോർത്ത് നിങ്ങള് നടക്കുമ്പോ നിങ്ങളറിയാതെ
ഒരു കൈയ്യില് കൈചേർത്ത്
ഞാനും നടക്കും.
നിങ്ങളറിയാതെ
നിങ്ങടെ കണ്ണിലും കവിളിലും തൊടും.
പെട്ടന്ന്,
നിങ്ങളെന്നെയോർത്ത് കണ്ണുനിറയുമ്പോ
നിങ്ങളെക്കെട്ടിപ്പിടിച്ച് പുഞ്ചിരിക്കും,
കാതില്,
"എവിടേം പോയില്ല്യ" ന്ന്
മെല്ലെപ്പറയും.
എന്നാലും,
എന്റൂടെ വരാത്ത നിങ്ങളോട്
എനിക്ക് പിണക്കാണ്.

12. കാവൽ

കാവൽ

എന്റെ ചത്തുപോയ മനസ്സിന്
കാവലിരിക്കുന്ന ഞാൻ

എന്റെ ചുറ്റിനും കുറേയാളുകൾ,
അവർ പായുകയാണ്...
ഒരു കണ്ണുകൾ പോലും
എന്നെ തിരയുന്നേയില്ല!
എഴുന്നേറ്റ് നിൽക്കാൻ ശ്രമിച്ചു,
ഇല്ല, കഴിയുന്നില്ല,
കാലുകൾ ചങ്ങലക്കെട്ടുകളിൽ കിടന്ന്
പിടയുകയാണ്...

ഉള്ളിലൊരായിരം വാക്കുകൾ
അടുക്കിവെക്കാനാളില്ലാതെ ചിതറിക്കിടക്കുന്നു...
ചത്തുപോയ മനസ്സിന്റെ ആത്മഹത്യാക്കുറിപ്പുമാകാം.
കൈവിരലുകളും ചലിക്കുന്നില്ല.
മെലിഞ്ഞുണങ്ങിയ കൈകളെ
വിഴുങ്ങിയ ചങ്ങലകൾ
എന്നെ നോക്കി പല്ലിളിച്ചു കാട്ടുന്നു.

ആര്യ ഉണ്ണികൃഷ്ണൻ

കണ്ണുകളടയുകയാണ്...
മുന്നിൽ മങ്ങിയ ഒരു രൂപം.
അടഞ്ഞ കണ്ണുകളിൽ
അത് തെളിഞ്ഞു വരുന്നു-
എന്റെ അതേ രൂപമുള്ള ഒരു പെൺകുട്ടി
ചിരിച്ചുകൊണ്ട്
എന്നെ കൈപിടിച്ചുയർത്തുന്നു.

ചങ്ങലകൾ ഊരി വീഴുകയാണ്.

ഉയർന്നു പൊങ്ങുമ്പോൾ കണ്ണുകളിൽ മറ്റെന്തോ
തെളിഞ്ഞു വരുന്നു.
വിജനമായ ഒരിടം
അങ്ങിങ്ങുമായി എത്രയെത്ര ചങ്ങലകൾ!
ചത്തു പോയ മനസ്സുകൾക്ക്
എത്രയെത്ര കാവൽക്കാർ!

13. കടല്

കടല്

ഉച്ചിമുതല് ഉള്ളംകാല് വരെ
കടലങ്ങനെ നുരഞ്ഞുപതഞ്ഞ് ഒഴുകാണ്.

ആദ്യം തുടങ്ങീത് കണ്ണില്‍നിന്ന്.
ഉപ്പുരസമുള്ള തുള്ളികള്
നാക്കില്‍ ഉമ്മവെച്ചപ്പോള്‍
അന്നാദ്യായിട്ട് കടലിന്റെ രുചിയറിഞ്ഞു.
പിന്നതങ്ങനെ,
കണ്ണില്‍ന്ന് ചുണ്ടിലേക്കും,
ചുണ്ടില്‍ന്ന് താഴെ നെഞ്ചിലേക്കും,
ഒരു സുനാമി പോലെ
ആര്‍ത്തലച്ചങ്ങനെ.
നെഞ്ചുതുളച്ച്
കരളില് മുഴോനും പടര്‍ന്നുകേറണ ഉപ്പില് ഉള്ളിലെ
മുറിവുകള്‍ ഉണങ്ങാന്‍ തുടങ്ങുന്നു.

നുരഞ്ഞുപതഞ്ഞ്
ഉള്ളിലെ ചില്ലകളില്‍ ആഞ്ഞടിച്ചങ്ങനെ
കടല് നിറഞ്ഞൊഴുകുന്നു.
കണ്ണടച്ചാല്‍

കാക്കത്തൊള്ളായിരം കിലോമീറ്ററുകൾ
അതങ്ങനെ ഒഴുകിയെത്തും.
നട്ടപാതിരായ്ക്ക് സ്വപ്നത്തില്
കാലിന്റെ വെള്ളേല് കിക്കിളികൂട്ടീട്ട്
കോരിതരിപ്പിക്കണെ തിരമാലകളായി
അതങ്ങനെ ഒഴുകും.
കണ്ണ് തുറന്നാലും
ലോകം കാണാൻ കഴിയാത്ത ദിവസങ്ങളിൽ
അതേ കടലിന്റാഴങ്ങളിൽ മുങ്ങി
മുത്തുചിപ്പികൾ തൊടും.

ഉച്ചിമുതൽ ഉള്ളംകാല് വരെ
ഒരേ കടലാണ്.

14. കിനാക്കൂടാരം

കിനാക്കൂടാരം

കണ്ണീരിലും കിനാവുകളിലും
പണിതുയർത്തിയ
എന്റെ കൊട്ടാരത്തിന്റെ
തൂണുകൾ ഇടിയുന്നു,
സ്വപ്നത്തിന്റെ വർണ്ണങ്ങൾ
ചായം പകർന്ന എന്റെ ചുമരുകൾ
നിറം മങ്ങുന്നു,
പ്രതീക്ഷകളുടെ വിളക്കുകാലുകൾ
അണഞ്ഞു നിലം പൊത്തുന്നു.

ചുറ്റും ഇരുട്ടിന്റെ അനന്തമായ കടൽ.
തിരമാലകൾ
പാഴ്സ്വപ്നങ്ങളുടെ ചവറുകൾ വിഴുങ്ങി
അട്ടഹസിക്കുകയാണ്!
ഇല്ല,മരിക്കുവാൻ തയ്യാറല്ല.
ഇരുട്ടിന്റെ കടലിലേക്ക് ഊളിയിട്ടിറങ്ങട്ടെ.
ആ കടലിനടിയിൽ
മറ്റൊരു കിനാക്കൂടാരം പണിഞ്ഞുതുടങ്ങട്ടെ.

15. ഒരു സുബുദ്ധിമാന്റെ കഥ

ഒരു സുബുദ്ധിമാന്റെ കഥ

കുഞ്ഞുമാളു അമ്മടെ മകൾടെ മകൻ ആളൊരു
സുബുദ്ധിമാനാർന്നു!
നേരം വെളുത്താൽ വല്യ ചതുരകണ്ണട മുഖത്തു തിരുകി
അലക്കി വെളുപ്പിച്ച കുപ്പായമിട്ട്
ചുണ്ടത്ത് ഭേഷ് ചിരിയും ചാർത്തി
മൂപ്പരൊരു യാത്രണ്ട്-
കാണുന്ന ദിക്കിലെ
ജീവികളായ ജീവികളോടും
പൂക്കളായ പൂക്കളോടും
മനുഷ്യരായ മനുഷ്യരോടും വിടർത്തിച്ചിരിച്ചോണ്ട്
ആ പുരുഷസുന്ദരൻ നടക്കും...
പകല് മുഴോനും കോലം കെട്ടി!
പൂരം കാണാൻ പോണതല്ല,
പിള്ളാരെ പഠിപ്പിക്കണ
മാഷാവാൻ പോണതാണ്!
ഉള്ളില് ചന്തള്ള ഖൽബിൽ
ഒളിപ്പിച്ചു പാർപ്പിച്ചേക്കണ
ഒരു കള്ളത്തിപെണ്ണിന്റെ

കണ്ണീരുതൊടക്കാൻള്ള ഓട്ടാണ്...
തോളത്ത്
തൂങ്ങിക്കിടക്കണെ സഞ്ചിയില്
പുസ്തകങ്ങള് മാത്രല്ല ,സ്വപ്നങ്ങളുമാണ്.
അങ്ങനെയങ്ങനെ നടന്ന് നടന്ന്
കുന്നിന്റെ മണ്ടേല് കേറീട്ട്
കല്ലുരുട്ടി താഴേക്കിടണ
ചെറ്യേ ഒരു പ്രാന്തനുമാണ്.

16. കറുത്തസ്ത്രീ

കറുത്തസ്ത്രീ

അവളൊരു ചിത്രമാണ്-
ചുവപ്പും നീലയും സമാസമം കലർന്ന ഒന്ന്!

വ്യക്തമായിപറയാം,
മഞ്ഞനിറമുള്ള മുടിയിഴകൾ
വെളുത്ത ക്യാൻവാസിൽ
അവയങ്ങനെ പടർന്നുകിടക്കുന്നു...
കണ്ണുകൾ നീലയാണ്,
കടൽ പോലെ,
ആകാശം പോലെ,
നീല.
മൂക്ക് കരിനീല-
കവിളുകൾക്കും ചുണ്ടുകൾക്കും
മുന്തിരിനിറം-
കഴുത്ത് നീലകലർന്നപച്ചയാണ്
കൈകൾ,
വഴിപിരിഞ്ഞ പുഴകളെപ്പോലെ,
നിറങ്ങളില്ലാതെ.
മുലകൾ കറുത്തിരിക്കുന്നു,
മനോഹരമായ

അനന്തമായ
ആഴമുള്ള
കറുപ്പ്.
അരക്കെട്ടുവരെ പടർന്നിരിക്കുന്ന കറുപ്പുകലർന്ന
നീലയിൽ
തൊട്ടാവാടി നിറമുള്ള പൊട്ടുപോലെ പൊക്കിൾ.

താഴേക്ക് ചന്തമുള്ള ചുവപ്പ്.
കടുംചുവപ്പ് നിറംകൊണ്ട്
അതിർത്തികൾ വരച്ച്,
ചുവപ്പ് പടർത്തിയ
കീഴ് ഭാഗം.
മറ്റെന്ത് നിറംകൊണ്ട്
അവിടം അടയാളപ്പെടുത്താനാകും!

ആ ചിത്രത്തിന് പേര്
"കറുത്തസ്ത്രീ" എന്നാണ്!

17. കടലിന്റെ കഥ

കടലിന്റെ കഥ

ഒരു ചുവന്ന സന്ധ്യക്ക്
കടല് പറഞ്ഞ കഥ...

കടലും ആകാശവും പ്രണയത്തിലാണ്-
ഒരേ വർണങ്ങൾ തമ്മിലലിഞ്ഞ്
എന്നേക്കുമൊന്നാവാൻ!

ഒന്നുചേരാനുള്ള യാത്രയിൽ
എന്നെങ്കിലുമൊരിക്കൽ
കണ്ടുമുട്ടുമെന്ന് കരുതി,
ആകാശം തൊടാൻ
കൊതിച്ച് കൊതിച്ച്
കടൽ ആഞ്ഞൊഴുകുന്നു,
സ്നേഹം തിരമാലകളാവുന്നു.

സ്നേഹം തിരമാലകളാവുന്നു.
ഒരിക്കലും കണ്ടുമുട്ടാനാകാത്ത
ആകാശത്തിനായി
കടൽ ഒഴുകികൊണ്ടേയിരിക്കുന്നു,
തിരമാലകളുണ്ടായികൊണ്ടേയിരിക്കുന്നു.

18. വിഡ്ഢികളുടെ ലോകം

വിഡ്ഢികളുടെ ലോകം

ഒരിടം,
"വിഡ്ഢികളുടെ ലോകം"
അവിടത്തെ വീടുകളിൽ
എപ്പോഴും ചിരികൾ മാത്രം കേൾക്കുന്നു.
കോഴിയും പൂച്ചയും തത്തയുമെല്ലാം
അവരുടെ വീടകങ്ങളിൽ
സമാധാനത്തോടെ പാർത്തുവരുന്നു.
അവരുടെ വാർത്താ നേരങ്ങളിൽ കൊറോണയും
പ്രളയവും കടന്നുവരുന്നേയില്ല,
അവിടത്തെ കുഞ്ഞുങ്ങൾ സ്മാർട്ട്ഫോണുകളിൽ
നോക്കി
വായനയുടെ മാഹാത്മ്യം പഠിക്കുന്നില്ല,
ഏറ്റവും പ്രധാനമായി
അവരുടെ പ്രാർത്ഥനകൾ
ഒരിക്കലും കണ്ടിട്ടില്ലാത്ത,
സ്വർഗ്ഗലോകത്ത് വസിക്കുന്ന, സുന്ദരരൂപികളായ
മായാജാലക്കാരോടല്ല!
അവർക്കായി
സ്വർണ്ണക്കൂടാരങ്ങളും പണിയുന്നില്ല,
അവിടെ ജനങ്ങൾ

ചോരവാർന്ന് മരിക്കാറുമില്ല.

മറ്റൊരിടത്ത്,
ചൊവ്വയിലേക്കയക്കുന്ന
പേടകത്തിനു മുന്നിൽ
ഐശ്വര്യപൂജ നടത്തുന്ന ലോകർ
ഇതെല്ലാംകണ്ട് ആർത്ത് ചിരിക്കുന്നു,
"വിഡ്ഢികളുടെ ലോകം"!

19. ആത്മഹത്യക്കുറിപ്പ്

ആത്മഹത്യക്കുറിപ്പ്

ഇത് ഒരു അവന്റെയോ അവളുടെയോ
ആത്മഹത്യക്കുറിപ്പല്ല,
കേവലം ഒരു മനുഷ്യന്റേതുമാത്രമാണ്.

ആദ്യവരിയിൽ
'പ്രിയപ്പെട്ട' എന്നെഴുതിതുടങ്ങുന്നു.
ഇല്ല,
അങ്ങനെവിളിക്കുവാനാരുമില്ല!
മനുഷ്യരോട് എന്നുമതിയാകും,
ആത്മഹത്യയുടെ കാരണം മനുഷ്യത്വമാണ്.

ആത്മഹത്യയുടെ കാരണം
മനുഷ്യത്വമാണ്!

നിറവും ലിംഗവും രൂപവും
യുദ്ധവും പ്രളയവും ജാതിയും
മനുഷ്യനെക്കൊല്ലുന്നത് കണ്ട്,
മനുഷ്യത്വം മരിക്കാത്ത
ഒരു മനുഷ്യന്റെ ആത്മഹത്യ!

ചെവിയിൽ പലശബ്ദങ്ങളിൽ
അലർച്ചകളാണ്,
കണ്ണിൽ സ്വർണഗോപുരങ്ങളോ
വർണകൊടികളോ അല്ല,
മരിച്ചുവീഴുന്ന മനുഷ്യരുടെ
ചോരപ്പാടുകളാണ്,
സ്വപ്നത്തിൽ, ഒരായിരംആത്മഹത്യകുറിപ്പുകൾ
കുമിഞ്ഞുകൂടുന്നു!
അതേ,
മനുഷ്യർ മരിച്ചുകൊണ്ടേയിരിക്കുകയാണ്
പുഴയും മഴയും,
പൂവും മരവും,
കാടും കിളിയും,
മാഞ്ഞുകൊണ്ടേയിരിക്കുകയാണ്!

അവസാനവാക്ക്-
ചെവിയും കണ്ണും തലച്ചോറുമില്ലാത്ത
മനുഷ്യജന്തുക്കളോട് പറയാൻ!
അവസാനമായി ഒന്നുമാത്രം-
ഇതൊരു ആത്മഹത്യ മാത്രമല്ല
കൊലപാതകം കൂടിയാണ്!

ഹേ, മരിക്കുന്നത് അവനോ അവളോ അല്ല,
കേവലം മനുഷ്യൻ മാത്രം!

20. ചെമ്പരത്തി

ചെമ്പരത്തി

പല നിറങ്ങളാണ് അവൾക്ക്-
ഓർമകളിലെ മഴവില്ലുകളിൽ
നിറങ്ങളായി
അവൾ തെളിഞ്ഞുവരുന്നു.
ഇനിയും നടന്നു തീർന്നിട്ടില്ലാത്ത വഴികളിൽ
മനസ്സുകൊണ്ട്
ഞങ്ങളിപ്പോഴും കണ്ടുമുട്ടാറുണ്ട്.
ചേർത്തുപിടിച്ച കൈകളിലൂടെ
ചിരിയും കണ്ണീരും പങ്കിട്ടെടുക്കാറുണ്ട്.
എന്നിലെ കാർമേഘങ്ങൾക്ക് പെയ്തൊഴിയാൻ
ഒരു വിളിക്കപ്പുറം
വിശാലമായൊരാകാശമായി
അവൾ കടന്നുവരുന്നു.

ഒരു പൊതിക്കുള്ളിലെ മിട്ടായിമധുരത്താൽ
ഉള്ളിലെ കയ്പ്പിനെ
അവൾ മായച്ചുകളയും.
അവളിലെ നിഷ്കളങ്കതയുടെ വെണ്മയും
സ്നേഹത്തിന്റെ ചുവപ്പും
എന്റെ വിഷാദത്തിന്റെ കറുത്ത സന്ധ്യകളെ

നിറമുള്ളതാക്കിയിരുന്നു.

ഒരേ വഴികളിൽ
ഞങ്ങൾ ഒന്നിച്ചു നടന്നു,
ഒരേ മഴയിൽ ഒന്നിച്ചു നനഞ്ഞു,
ഒന്നിച്ചു ചിരിച്ചു,
ഒന്നിച്ചു കരഞ്ഞു,
ഓർമകളിപ്പോഴും അവൾക്കൊപ്പമാണ്.
സ്വപ്നങ്ങളുടെ ആകാശത്തിൽ,
കറുപ്പിനെ മായ്ച്ചുകൊണ്ട്,
അവളെന്ന മഴവില്ല് ഇപ്പോഴുമുണ്ട്.

സ്നേഹത്തോടെ ഞാനവളെ
"ചെമ്പരത്തീ..."
എന്നു വിളിക്കുന്നു.

21. നഷ്ടങ്ങളുടെ മഞ്ചാടിക്കണക്കുകൾ

നഷ്ടങ്ങളുടെ മഞ്ചാടിക്കണക്കുകൾ

മറന്നു തുടങ്ങിയ
പഴയ മൂലയിൽ നിന്ന്
എണ്ണിത്തുടങ്ങാം...

കാലുറച്ചു നടക്കാൻ പഠിച്ചകാലത്ത്
വഴിയിൽ
മണ്ണിനെ ഉമ്മവച്ചുറങ്ങുന്ന അപ്പൂപ്പൻതാടികൾ
കുഞ്ഞിക്കയ്യിൽ പെറുക്കിയെടുത്ത്
വീട്ടിലേക്കോടുമ്പോൾ,
കയ്യിൽ നിന്ന് ഒഴുകിയിറങ്ങി തൊടാനാവത്ത ദൂരത്തിൽ
പറന്നുപൊങ്ങിയത് നോക്കി
എത്രയോ തവണ കണ്ണുനിറഞ്ഞിരിക്കുന്നു...

സ്വപ്നങ്ങൾ പോലെ സ്വരുക്കൂട്ടിയ നാണയപ്പെട്ടി
ഒരു രാത്രി ഉറക്കമുണർന്നപ്പോൾ
കവർന്നുകൊണ്ടുപോയ കള്ളനും, ഉത്സവം കഴിഞ്ഞ്
ആളൊഴിഞ്ഞ പറമ്പിൽ വെളുപ്പാംകാലത്ത്
പൊരി വാങ്ങാൻ പോവുമ്പോൾ ഒന്നുപോലും

ബാക്കിയില്ലാതെ
എല്ലാം പെറുക്കികൂട്ടി കൊണ്ടുപോയ
പൊരിക്കച്ചവടക്കാരനും,
കൊല്ലപ്പരീക്ഷയിൽ
അവസാന മിനിറ്റിൽ ഇനിയുമെഴുതാനിരുന്ന
ഉത്തരങ്ങളെ ഒറ്റനോട്ടം കൊണ്ട് കൊന്നിട്ടുപോയ
കണക്ക് ടീച്ചറും,
അവസാന നിമിഷങ്ങളിൽ
നഷ്ടമാവുന്ന സ്വപ്നങ്ങളുടെ പട്ടികയിൽ
ആദ്യത്തേത്.

മാറിയത് കാലം മാത്രമാണ്....
ഇന്നും ചീട്ടുകൊട്ടാരം പോലെ തകർന്നുവീഴുന്ന
സ്വപ്നങ്ങളും, ഓർമ്മകൾ
മാത്രമാവശേഷിപ്പിച്ചുകൊണ്ട് ഇറങ്ങിപ്പോയ
വസന്തങ്ങളും, നഷ്ടങ്ങളുടെ മഞ്ചാടിക്കണക്കിൽ
കറുത്ത നിറങ്ങളിൽ തെളിഞ്ഞുവരുന്നു..

ഇനിയും കാത്തിരിപ്പാണ്...!
ഉയരങ്ങളിൽ നിന്നും എന്റെയപ്പൂപ്പൻതാടികൾ
എന്നെത്തേടി വരുന്ന കാലത്തിനായി...!

22. നീയില്ലായ്മയിൽ

നീയില്ലായ്മയിൽ

നീയില്ലായ്മയിൽ അപൂർണ്ണമായ
എന്റെ രാത്രികളിൽ
ഉറക്കമോ സ്വപ്നമോ
എന്നെത്തേടി വരുന്നില്ല...
നിന്നെ മാത്രം കാണാനായിരുന്ന ഇരുട്ടിന്റെ
കണ്ണാടിയിൽ
ദുഷിച്ച ഗന്ധമുള്ള
കാറ്റിന്റെ തലോടലുകൾ
പാടുകൾ വീഴ്ത്തുന്നു...
ചോരയൂറ്റിക്കുടിക്കാനെത്തിയ യക്ഷികൾ
കൂടുതൽ രുചി
കണ്ണുനീരിനെന്നുചൊല്ലി അട്ടഹസിക്കുകയുമുണ്ടായി...
ജനൽതുളച്ച്
തേടിയെത്താറുണ്ടായിരുന്ന
വെളിച്ചം പോലും
ജനലിനിപ്പുറത്തേക്ക്
കടന്നുവരാൻ മടിച്ചു...
നിന്റെ വഴിവിളക്കുകളണയുന്ന രാത്രികളിൽ,
ഇരുട്ടിന്റെ ആത്മാവ്
എന്നെ വിഴുങ്ങിക്കളയുന്നു...

പുലർച്ചെ,
അവ ചവച്ചുതുപ്പിയ അവശിഷ്ടമായി വീണ്ടും ഞാൻ
പ്രത്യക്ഷയാവുന്നു!

23. ചിലര്

ചിലര്

ചിലരങ്ങനെയാണ്,
മനസ്സിൽ കുറിച്ചിടുന്നത്
കണ്ണിൽ നോക്കി വായിച്ചെടുക്കുന്നോര്!
വരഞ്ഞുവെച്ച പുഞ്ചിരിയിലെ
പൊതിഞ്ഞുവച്ച നൊമ്പരം
കാണുന്നോര്!

ചിലരങ്ങനെയാണ്,
ഒന്നിച്ചിരിക്കുമ്പോൾ ചിലപ്പോൾ പുതുമഴനനഞ്ഞ
സുഖം സമ്മാനിക്കുന്നോര്...
തണുത്ത തെളിനീരിന്റെ
രുചിയുള്ളോര്...

ചിലരങ്ങനെയാണ്,
സ്വപ്നങ്ങളുടെ ആകാശത്തില്
നിലാവിന്റെ തോണി തുഴഞ്ഞ്
രാത്രി തേടി കൂട്ട് വരണോര്...
കണ്ണീരിലെ ഉപ്പിനെയും
മധുരമാക്കി മാറ്റണ ചിലര്...
ചിരിയിലെ വെളിച്ചം കൊണ്ട് വഴിതെളിച്ചുതരണ

ആര്യ ഉണ്ണികൃഷ്ണൻ

ചിലര്...

എന്റെ ചിറകുകൾക്ക്
വർണം ചാർത്തണ
എന്റെ മാത്രം ചിലര്...

24. നീ രാത്രിയാവുക

നീ രാത്രിയാവുക
നീ രാത്രിയാവുക.
വെളിച്ചമില്ലാതെ നിന്നിലലിഞ്ഞ്,
ഇരുട്ടിന്റെ നിറത്തിൽ നിന്നെ ചുംബിച്ച്,
ദുഃഖമില്ലാതെ ഞാൻ മരിക്കട്ടെ.
എല്ലാ കണ്ണുകളിൽ നിന്നും മറഞ്ഞുനിന്ന്
നിന്നിലേക്കാഴ്ന്നിറങ്ങുന്ന ഒരാലിംഗനത്തിനായി
അത്രമേൽ കറുത്ത ഒരു രാത്രിയാവുക.
നിറങ്ങളില്ലാതെ, ഗന്ധമില്ലാതെ, ഭയമില്ലാതെ
ഞാൻ മരിക്കട്ടെ.
ഇരുട്ടിന്റെ ശബ്ദം ഞാനാകട്ടെ.
അടക്കിപ്പിടിച്ച തേങ്ങൽ പോലെ, അവസാന
ശ്വാസത്തിന്റെ
നീണ്ടതാളം പോലെ,
ശപിക്കപ്പെട്ട പ്രേതങ്ങളുടെ നിശബ്ദമായ അലർച്ച
പോലെ
ഞാൻ.
രാത്രിയൊടുങ്ങുമ്പോൾ
ശബ്ദവും നിലക്കട്ടെ.

www.ingramcontent.com/pod-product-compliance
Lightning Source LLC
LaVergne TN
LVHW041715060526
838201LV00043B/743
* 9 7 9 8 8 8 6 8 4 1 3 4 3 *